Azaad Bandisha

PALAKDEEP KAUR

INDIA · SINGAPORE · MALAYSIA

Copyright © Palakdeep Kaur 2024
All Rights Reserved.

ISBN 979-8-89498-350-9

This book has been published with all efforts taken to make the material error-free after the consent of the author. However, the author and the publisher do not assume and hereby disclaim any liability to any party for any loss, damage, or disruption caused by errors or omissions, whether such errors or omissions result from negligence, accident, or any other cause.

While every effort has been made to avoid any mistake or omission, this publication is being sold on the condition and understanding that neither the author nor the publishers or printers would be liable in any manner to any person by reason of any mistake or omission in this publication or for any action taken or omitted to be taken or advice rendered or accepted on the basis of this work. For any defect in printing or binding the publishers will be liable only to replace the defective copy by another copy of this work then available.

Je sadde hisse kande naii,
Fer labhe Sanu phull vi naii
Unjh kise cheej di bandish naii,
Je bandish naii ta khull vi naii.

Contents

Taqdeer

Luk chhup ke rehna teri taqdeer ta nai,

Tere dil vich peedan di tasveer ta nai,

Eh waqt bas bura, nahi eh zindagi da faisla,

Tu aap hi apne zakhma di janjeer ta nai?

Tere Ghar de kamre te kamreya di baari,

Una baariya vich qaid teri muskaan sari,

Nahi koi kamyaab ktaban frhol ke,

Kadam vdaa parakh ke vekh kii ae duniyaa daari.

Manneya tu azaad nahi, tere khambh naa, udaan nahi,

Par tu ae Tera honsla, teri zindagi, tera faisla,

Tere honsle to ucha koi jahaan aasmaan nahi.

Uthke vekh sikhraa te umeedan di roshni,

Khwaishan de nehreya vich rooh da araam nahi.

Tu Dil to je sakht, dimaagi kamjor kyo ae?

Teri akhaan vich sukoon, rooh vich shor kyo ae?

Tere dil vich imaan ae, tere Faraz teri shaan ae,

Teri mehntan da taaj eni door kyo ae?

Tu qaid je waqt Diya bediya vich,

Teri rooh nu eh qaid manjoor kyo ae?

Kehde janjeera nu ke bandisha manjoor nahi,

Asi manzila de musaafir aa, haar jitt da fitoor nahi,

Teri pehchaan ne tere hath paayia ne bediya,

Tu aurat ae ede vich tera ta kasoor nahi,

    Tera ta kasoor nahi.

Meri Maa

Kyo lagda tenu maaye mai,
Tere te bojh banjaaugi,
Menu vi ik mauka de,
Tere ser taaj sjaaugi.

Kyo dardi menu jamne to,
Mai vi Teri kukh cho aayi aa,
Duniya bhave tenu lakh toke,
Duniya ta chal paraayi aa.

Kyo haq ni menu Jeon da,
Teri bukal vich ser rakh son da,
Tera hath farh duniya dekhan da,
Tenu bhajjke gal nal laun da.
Kyo haq ni menu, maaye meriye,
Tenu maa kehke bulon da.

Menu es gal di hairaani ae,

Eh zurm ae ya manmani ae,

Mai jidan Diya akhan kholiya ne,

Har ik akh vich paani ae.

Mai sunyaa si kal baari toh,

Ik dhudhla jeya chehra sii,

Oh kehnda guddi ki karni,

Ik Munda hi bathera si.

Mere te haq bas Tera ae,

Mere haq vich insaaf kri,

Je kudiya hona zurm ae taa,

Es zurm layi menu maaf Kari,

Es zurm layi menu maaf kari.

Rabb Nu Chete Kon Kare

Rishteya di ik tasveer hove,
Sade haq vich sadii taqdeer hove,
Je puri har ik reejh hove,
Fer rabb nu chete kon kare?

Je jag vich sada naam hove,
Jes raah mudiye slaam hove,
Agge jhukda sara jahaan hove,
Fer rabb nu chete kon kare?

Eh duniya da dastoor ae Yara,
Banda rabb de hath majboor ae yaara,
Ohdi mehar de sadqe Sanu taa,
Eh majboori vi manjoor ae yaara.

Ohne dedena jad dena ae,
Sade hisse Sabra da gehna ae,
Har saah layi shukrana kar,
Ohdi Raza vich Rehna ae.

Jihna paa layiye shukrana hove,
Koi apna na begana hove,
Es matlab di duniya to door,
Ik Chhota jea afsana hove.

Behshaq jhukiye halatan to,
Par ucha sada imaan hove,
Behshaq rahvan gumnaam disan,
Par haq vich hi anzaam hove.

Dil bhave lakh sawaal kare,
Par rooh de naam aaraam hove,
Ik shaam jo sanjhi apneya naal,
Uth tadke rabb Da naam hove.

Halaat

Oh raahi lambeya safraan de,
Safraan to leke kabraan de,
Jive tu kahadeya mayoos jea,
Koi aeve kive khli skda ae?
Jive tu Rona halataan te,
Koi murakh ae Jo ro skda ae.

Tenu vekh ke Suraj tapda ae,
Tenu vekh ke baddal ronde ne,
Tu ponche apni manzil te,
Eh Chann tare vi chaunde ne.

Tu kyo pareshaan halataan te,
Tu hoo haavi jazbataan te,
Kar sajda tapdia kirna da,
Tu likh kitbaab barsatan te.

Jive tenu mohya dukhan ne,

Koi kinj kise nu moh skda ae?

Jive tu Rona haltaan te,

Koi pagal ae Jo ro skda ae.

Tu aap hi apni pehchaan Bane,

Tere jeevan di shaan Bane,

Fer hove pehra khushiyan da,

Tu roseya to anjaan Bane.

Je tu nahi chaunda khushiya nu,

Fer dukha da vyapaar vi shad,

Je nahi larhna halataan naal,

Te fer bandeya hathiyaar vi shad.

Je khushiyan tere dar na aavan,

Fer dukh vi kive khlo skda ae,

Jive tu Rona halataan te,

Koi murakh ae Jo ro skda ae.

Buhe Nu Kunda Maar Leya

Jad bhaal mukki menu duniya di,

Mai apna aap talaash leya,

Chaa shadke raunak meleya da,

Buhe nu kunda maar leya.

Es jeevan to mai ki khateya,

Mai apna vehda khud patteya,

Fer boya beej syaanat da,

Te sabh kuj parakh vichaar leya.

Mai bharke jholi supneya di,

Umeedan nu pukaar leya,

Kade apna aap jala bethi,

Kade apna aap sawaar leya.

Duniya ne bandeya ki dena,

Do din da taana te mehna,

Tu gunehgaar tere karma da,

Tu apniya jitta da gehna.

Mai apne khwaaban de Ghar cho,

Ik supna jeya udhaar leya,

Chaa shadke raunak meleya da,

Buhe nu kunda maar leya.

Moya Jameer

Ohde Ghar Diya kachiya kandha ne,
Lakha hi Raaz lakoye ne,
Ohde naal ta taare hasde si,
Ohde haal te baddal roye ne.

Ohde aasan Diya udaana nu taa,
Kha gayi duniya Tod ke,
Ohde chehre di muskaan nu koi,
Kive lyaadu morh ke.

Ohdi akhan de kinaareya te,
Hanjua di kishti behndia ae,
Ohdi chunni de larh de naal banni,
Sadaa udaasi rehndi ae.

Ohde neeve rehgaye Raaz,
Te hanju parh na sakeya koi,
Ohdi himmat Bane bathere,
Ohde layi larh na sakeya koi.

Ohde Haase te kilkaariya nu,
Tarsiye awaaza pyaariya nu,
Ohde nikke nikke khwaaban nu,
Ohdia lambiya jyia udaariya nu.
Bande hi bandeya khajande,
Ik duje deya shareera nu,
Koi bheed cho kive pshaan lave,
Enha mareya hoya zameera nu

Mai Te Mere Kamre Di Baari

Aasaa deya banereya tee,

Ik mehntaa da aalna,

Asi dard apne vech ke,

Umeed nu sambhalna.

Asi jaalma di bheed vich,

Sukoon nu pehchande,

Asi raatan deya hanereya vich,

Deeve jagona jaande.

Sanu safraan Tak ponchon layi,

Asi rahvaan nu mull ditte ne,

Asi etho tikar aavan layi,

Kandeya nu vi phull ditte ne.

Asi lipp ke mitti Darda di,

Dukha da kotha chatteya ae,

Asii ik kamre de kone vich,

Khushiyan da deeva rakheya ae.

Sadi roohan de parinde ta,

Bhar bethe supneya di uddari,

Sabra da daana paa bethi,

Mai te mere kamre di baari.

Supneya Di Kabar

Ohdi akhaan vicho labh jandi,
Ik satt Jo gehri apneya di,
Ohne apne hath sajayi ae,
Oh kabar Jo ohde sapneya di.

Ohde bolan vich taa jor nahi,
Ohdi chuppi sabh kush dasdi ae,
Oh khwaaban da larh farh turdi,
Ohdi apni duniya vasdi ae.

Ohdi soch vi bohot puraani ae,
Oh duniya to anjaani ae,
Jihnu parhke duniya hasdi ae,
Oh ik badnaam kahani ae.

Ohda sabh kush hun ta mukk geya ae,

Ohde jeevan da koi supna nai,

Tusi loka di kii gal karde,

Ohda rabb vi ohda apna naii.

Ohne kise halaate Rona naii,

Dukh jashna Wang mnona ae,

Ohdi khushiyan jidda behgyia,

Ohde dukha vii rudjana ae.

Ohdi rooh ta sajjna sad gayi ae,

Ohde Sabra di hadd bhar gayi ae,

Oh bas jeondi duniya layi,

Andro andar ta mar gayi ae.

Duniya da kii ae ve sajjna,

Duniya hass hass tur Jana ae,

Jive paani sukkda nehra cho,

Ohne v injh mukk Jana ae.

Anmulle Vichaar

Je mai langha vich havavaan,
Mere Dil vich Ohio rahvaan,
Jinna ugdee Suraj chumke,
Menu dittiya thandia chhavan.

Je mai kehda eh majboori,
Meri mere Dil to doori,
Jekar sukkne paune supne,
Fer mehnat dii dhupp jaroori.

Tapp jaroori chhavan nalo,
Ijjat da mull sahvan nalo,
Saari duniya ghumke vekhi,
Kehda utte maavan nalo.

Jinna saadgi nu apnaya,

Unna rabb Da sadqa paaya,

Jinna shukra de ghutt Peete,

Jinna mileya una khaya.

Je oh apna aap sawaare,

Mudke vekhan looki saaree,

Ohdia taliya te chann tikje,

Jholi de vich diggan taare.

Ik Tara

Ik Tara diggda jholi,
Jad mai kamre di baari kholi,
Ohde chehre te sii raunak,
Dil vich meri maa boli.

Mai vi ik ailaan sunaya,
Ohne jii hazoor farmaya,
Mai vi dekh ke ohdi khidmat,
Ohde ser te taaj sajaya.

Jad khadki kundi aasan di,
Mere naam Diya awaazan di,
Fer khushiyan buhe aa khdiya,
Te bhaal mukki mulaqata di.

Oh apniya baatan paa betha,

Mere Ghar da nehra khaa betha,

Mere Dil vich sii chaa ena,

Injh lagge rabb nu paa betha.

Onhe puccheya saada haal,

Assi vi dasseya kalle rehne aa,

Kito maa di bukkal labhdi nahi,

Dukh sukh hass hass ke sehne a.

Main si hairaan ki paa betha,

Kite rabb to lekh lakha betha,

Sadi janmo sukki chhat utte,

Koi mehar da meeh barsa betha.

Oh apne muho das betha,

Meri akhaan cho Dil parh betha,

Ohne hal kita mere masle da,

Mai bin masle hi larh betha.

Teri chaukhat da raah menu,

Tere azeez ne dasseya si,

Bas khushiyan tere Ghar aavan,

Teri maa ne metho mangeya sii.

Yaad Puraani

Jad dubde Suraj naal,
Meri ik aas adhoori sojandi,
Fer khushiyan di umeed vi,
Aasan de gal lagke rojandi.

Fer mud chaanan kad aavega,
Khushiyan de naach nachavega,
Fer mehnat da meeh barsega,
Fer jitt da baddal chhavega.

Mai Ghar di raunak shad aayi,
Dil vich kilkaari rakhdi aa,
Mai maa meri de waang hi apna,
Ser chunni nal dhakdi aa.

Menu yaad ne thandiya chhavan jo,

Mere pind di rooh vich vasdiya sii,

Mere Dil vich dafan ne Raaz Jo,

Mere kann vich aake dasdiya si.

Menu es praaye mulak dee taa,

Hun ped v apne lagde ne,

Kinna sohna mera bachpan si,

Oh yaad puraani dasde ne.

Mai kalli behke Ona nu,

Lambe arse takk takdii a,

Mai yaadan deyan darkhtaa nu,

Sukke patteya nal dhakdi aa.

Mai apniya rooha Diya gallan,

Ik geet de raahi dasdi aa,

Mai apne Dil de kone vich,

Ohi sukke patte rakhdi aa.

Rabbi Rooh

Har bande vich rabb vaada,

Koi dasda ae koi nahi dasda,

Kise rooh nu rabb Da kita ae,

Koi lakhan luttke vi hasda.

Asi aadat paalayi kirna dii,

Sanu chaanan yaad hanera nahi,

Asi jehde raahi turgaye a,

Os raah te sidak savera nai.

Asi kehde mulkon aayee aa,

Rooh laalach di kar aaye aa,

Sade sadqe kon qubool Karu,

Asii rabb nu hi vand aaye a.

Sade shikweya da koi dera nahi,

Oh Mera Allah Tera nahi,

Kade rabb nu kehnde sunya ae?

Tu paapi ae tu Mera nahi.

Jehda sabnu deke hasda ae,

Ode vich vii rabb vasdaa ae,

Jehda jade shukriya karda nahi,

Rabb onu vii kade shad da nahi.

Jinna chir ode larh laggeya,

Tere sabar da bhanda dulda nahi,

Tuu bhave rabb nu bhull jave,

Rabb tenu kade vi bhulda nahii.

Gama Da Butaa

Je tenu dar lagda ae,

Taa raat da nehra lukk nahi sakda,

Je tuu rondi haalatan te,

Taa mada waqt vi mukk nahi sakda.

Tere himmat haran te,

Gama da bura sukk nahi sakda,

Tuu ta fer chup reh sakdii,

Teri rooh da shor taa mukk nahi sakda.

Tere piche reh javan te,

Kade kise tere layi rukna nahii,

Tu kinj kardi te kinj jardii,

Kise Tera haal vi puchhna nahi.

Tu gurhe rangg hi paaya kar,

Fikka tere te fabda nahi,

Tu aap hi kismat labhni ae,

Kismat ne tenu labhna nahi.

Tere hasse Jo gum Gaye ne,

Tu aap hi labh leyone ne,

Tu apni mehnat de deeve,

Apne aap jagone ne.

Je tenu charhna nahi aunda,

Mushkil da teela jhukk nahi sakda,

Jad takk tu chaanan nahi kardi,

Teri rooh da nehra mukk nahi sakda.

Gumnaam Gunaah

Mai sabraa naal paroya ae,

Khushiyan da kamra dhoya ae,

Mai waqt di mitti Patti ae,

Fer beej syaanat boyaa ae.

Mere Haan deya haaltan ne,

Menu esa khunje laaya ae,

Meri rooh vich qaid parindeya ne,

Aasaa da ambar paaya ae.

Mai dardi kachiya Dora to,

Himmat da dhaga kasdi nahi,

Mere Dil te eni bandish ae,

Mai khulke vi ro sakdi nahi.

Jad kade kade Dil dar janda,

Mere Sabra da Ghar bhar janda,

Fer mere chaavan da supna,

Andro andar hi marjanda.

Mai jehde raahe per rakha,

Mereto wakh oh raahvan ne,

Mere gumnaam gunahan te,

Hun Umar qaid sajava ne.

Mai Te Meri Aas

Kirna naal kaahdi saanjh,
Jinna Diya roohan vich hanera ae,
Jihne kaali raat langhai ae,
Ohde hisse vich sawera ae.

Asi gamaa da butaa laya ae,
Dukha da paani paaya ae,
Asi apne Dil di raunak nu,
Darda di peeng jhulaya ae.

Khushiyan da Suraj dubb janda,
Fer aas srhaane behndia ae,
Kuj mere Dil diyan sunlendi,
Kuj apne Dil diyan kehndi ae.

Aasan naal sanjh banalayiye,

Fer Dil vi haula hojanda,

Ugde Suraj Diya kirna naal,

Meri rooh vich raula hojanda.

Vekh ke Suraj di laali,

Meri aas adhuri mudjandi,

Fer bankke gathri chaavan di,

Mai apne raahi turjandi.

Chaheeti Kudrat Dii

Ohne barsaatan de paani nu,

Jad taliya te takaya si,

Fer ohna kaniya ne ohnu,

Koi nazm samajh ke gaaya si.

Jad sikhar dupehra ohdiya,

Akhan nu chubhda aaya si,

Fer ohde pind de rahvan te,

Chaavan da baddal chhaya si.

Jad tej havavan ohdiya,

Akhaan nu vad vad khaya si,

Fer ohdi ik muskan layi,

Baddlan ne meeh barsaya si.

Ohne v thandiya chhavan nu,

Te vagdiya tej havavan nu,

Sache Dil to apnaya si,

Apna har dard sunaya si.

Jad gamaa de saagar ne ohdi,

Akhaan cho meeh barsaya si,

Fer ohde hanjuu Punjhan layi,

Rabb apee thalle aaya sii.

Apneya De Upkaar Bade Ne

Dil vich qaid vichaar bade ne,

Vichaar vi ne taqraar bade ne,

Sadaa Dil pathar hojavan pishe,

Kuj apneya de upkaar bade ne.

Suche Dil naal gal nahi hundii,

Gal hove taa hal nahi hundii,

Hun kasma da mull nahi koi,

Be matlab iqraar bade ne.

Sadda Dil pathar hojavan pishe,

Kuj apneya de upkaar bade ne.

Bade sunehre vele aagye,

Raunak chaa gayi mele aagye,

Matlab de bhaa vikde rishte,

Es Mandi vyapaar bade ne.

Sada Dil pathar hojavan pishe,
Kuj apneya de upkaar bade ne.

Asii kahani likh Sakde aa,
Kalleya rehna Sikh sakde aa,
Sanuu gurha chanan chubhda,
Raatan nu likhde dikh sakde aa.

Fer apne chaa pugavan layi,
Mere kismat naal udhaar bade ne,
Sadda Dil pathar hojavan pishe,
Kuj apneya de upkaar bade ne.

Chaavan Dii Shahadat

Ohh Jo apne naal bagavat karda hovega,
Sache Dil de naal ibaadat karda hovega,
Ohnu puchke dekho jeevan jeen layi,
Kine chaavan naal shaadat karda hovega.

Kes tareeke ohne hassna sikhya hona ae,
Apne Dil diyan nu muthi vich kasseya hona ae,
Ohne hassna sikhya dhupp diya kirna to,
Te fer apna dukh raatan nu dasseya hona ae.

Ohdi akhaan de samundar vich alfaaz behnde ne,
Fer ohna alfaza de ghar vich kuj dard rehnde ne,
Fer ose Ghar de vehde vich kuj butte ohdiya aasan de,
Te ohi bute hun Sabra de jurm sehnde ne.

Hun vi kuj raahvan ne Jo ohde Dil Tak jaandiya ne,

Hun vi kuj gallan ohnu andro andar khandiya ne,

Jad oh koi nazm sunaave taare haske digde ne,

Kul aalm Diya pariya ohda sajjda karke jaandiya ne.

Oh jo lafzaa nuu rooh de naal parhda hovega,

Ohi jaane kihniya gallan haske jarda hovega,

Kul duniya de kithe lipda hona ohna khushiyan naal,

Apna vehda fer sabraa nal bharda hovega,

Tahio aavde naal bagavat karda hovega.

Ik Geet

Eh geet ne gurhe saaza de,
Te rooh diyan awaazan de,
Eh geet ne alfazaa de,
Sohne samay Diya yaadan de.

Eh geet rooh te vajjde ne,
Khushiyan de naach nachde ne,
Ena da sajjda paake ta,
Kul aalam de Shayar rajjde ne.

Geeta de mele mukk jande,
Par geet kade v mukkde nahi,
Geeta to gayak russjande,
Par geet kise to russe nahi.

Eh geet ne buniyada de,

Vichhdya diyan yaadan de,

Eh geet gehriya baatan de,

Chann naal kattiya raatan de.

Eh geet gurhe saaza de,

Sohne samay Diya yaadan de.

Rooha Da Vanjaara

Mai oh roohan da vanjaara,
Jo aasaa da aalna paunde,
Mai oh roohan da vanjaara,
Jo Darda de geet snonde,

Mai oh roohan da vanjaara,
Jo taqdeera aap bnonde,
Mai oh roohan da vanjaara,
Jo dukha nu nahi jatonde.

Fer meriyan aasan de ghar vich,
Kuj gam araam farmonde ne,
Jad menu neendar na aave,
Khushiyan de geet sanonde ne.

Kade ropenda jad chitt karje,

Fer bhajjke gal nal launde ne,

Mai ta Darda da haani aa,

Dukh menu enha chaunde ne.

Mai turda tapdiya raahvan te,

Hun gauna ditte sahvan de,

Mai dukhan da tid bhar turda,

Te sabar sanjoya bahvan te.

Mai oh roohan da vanjaara,

Jo sache rabb Da nam dheonde,

Mai oh roohan da vanjaara,

Jo apni keemat aap kamonde.

Mai oh roohan da vanjara,

Jo kade kise nu nahi ravonde,

Mai oh roohan da vanjaara,

Jo kul aalam vich hassde gaunde.

Oh jo lafzaan nu rooh de naal parhde ne,

    Raatan nu uth uthke Chann naal gallan karde ne,

Oh Darda de haani hi fer shayar bande ne.

www.ingramcontent.com/pod-product-compliance
Lightning Source LLC
Chambersburg PA
CBHW031245130726
47988CB00008B/3245